भारतातील महापुरूष

राष्ट्रपिता महात्मा गांधी

रेनू सरन

डायमंड बुक्स

ISBN : 978-81-288-3930-6

प्रकाशक : **डायमंड पॉकेट बुक्स (प्रा.) लि.**
X -30, ओखला इंडस्ट्रियल एरिया, फेज- II
नवी दिल्ली - 110020
फोन : 011-40712100
ई- मेल : sales@dpb.in
वेबसाईट : www.diamondbook.in
संस्करण : 2025

MAHATMA GANDHI (MARATHI)
by : Renu Saran

अनुक्रमणिका

परिचय

मोहनदास करमचंद गांधी यांना 'राष्ट्रपिता' म्हणतात. लोक त्यांना महात्मा गांधी म्हणूनही ओळखतात. महात्मागांधी यांनी वर्णभेदाच्या विरूद्ध लढाई लढत द. अफ्रिकेत आपल्या जीवनातील वीस वर्षे काढली. तिथे असतानाच गांधीजीच्या मनात 'सत्याग्रहाची' कल्पना रुजली. सत्याग्रह म्हणजे अन्यायाचा अहिंसक मार्गाने केलेला विरोध. भारतात गांधीजींना त्यांची साधी राहणी आणि स्वच्छ चारित्र्य यामुळे लोकप्रियता मिळाली. त्यांचा साधेपणा त्यांनी धारण केलेल्या (फक्त पंचा) कपड्यातूनच झळकतो. शरीर झाकण्यासाठी आवश्यक तेवढेच कपडे ते घालीत असत. द. अफ्रिकेत वीस वर्षे घालविल्यानंतर आपल्या जीवनातील उर्वरीत काळ त्यांनी भारताला स्वातंत्र्य मिळविण्यासाठी आणि गरिबांची परिस्थिती सुधारण्यासाठी घालविला. अनेक नागरिकांच्या नेत्यांनी (ज्यामध्ये नोबल पारितोषिक विजेते मार्टिन ल्युथर किंग यांचाही समावेश आहे.) गांधीजींचा अंहिसक विरोधाचा मार्ग स्वीकारून आपला संघर्ष

आदर्श केला.

ते 'सत्याग्रहा' चे जनक होते. अन्यायाच्या विरोधात सामुहिक सविनय कायदेभंग करायला हवा, जो अहिंसेवर आधारित आहे, असे त्यांचे धोरण होते. यालाच त्यांनी 'सत्याग्रह' असे नाव दिले. त्याच मार्गावर चालून भारताने स्वातंत्र्य मिळविले. त्यांनी संपूर्ण जगासाठी नागरी अधिकार आणि स्वातंत्र्यासाठी आंदोलनाला प्रेरणा देण्याचे काम करीत आले आहे.

गांधीजींचा जन्म आणि बालपण

महात्मा गांधी (मोहनदास करमचंद गांधी) यांचा जन्म २ ऑक्टोबर १८६९ रोजी गुजरातच्या पोरबंदर येथे हिंदू मोध बनिया कुटुंबात झाला. ते करमचंद गांधी आणि पुतलीबाई यांचे पुत्र होते. त्यांचे वडील पोरबंदरचे दिवाण होते. त्यांची आई पुतलीबाई करमचंद गांधी यांची चौथी पत्नी होती. त्यांच्या आधीच्या तीन पत्नीचे प्रसूतीच्या वेळी निधन झाले होते. पुतळीबाई यांच्यावर वैष्णव पंथाचा खूप मोठा प्रभाव होता. त्या खूप धार्मिक प्रवृत्तीच्या होत्या. याशिवाय गुजराथमध्ये पसरलेल्या जैन धर्माचाही गांधीजीवर खूप प्रभाव होता. याच कारणामुळे गांधीजीवर पाण्यांना

जखमी न करण्याची प्रवृत्ती, शाकाहार आणि आत्मशुद्धीसाठी उपवास तसेच दुसऱ्या जाती आणि संप्रदायाच्या लोकांसाठी समानता आणि सहनशीलतेची भावना निर्माण झाली होती.

विवाह आणि शिक्षण

१ ३ व्या वर्षी मे १ ८ ८ ३ मध्ये कस्तुरबा माखनजी यांच्याशी गांधीजींचा विवाह झाला. त्यांना कस्तुरबा किंवा 'बा' या नावाने ओळखले जाते. कस्तुरबा आणि गांधीजी यांचे वय जवळपास सारखेच होते. त्यांना चुर मुले झाली. हरिलाल गांधीचा जन्म १ ८ ८ ८ साली झाला. मणिलाल गांधी यांचा १ ८ ९ २ साली तर रामदास गांधी यांचा १ ८ ९ ७ मध्ये झाला. देवदास गांधी यांचा जन्म १ ९ ० ० साली झाला.

तरूणपणी गांधीजी एक साधारण विद्यार्थी होते. त्यांचे सुरूवातीचे शिक्षण पोरबंदरला आणि राजकोट येथे झाले. १ ८ ८ ७ साली त्यांनी मोठ्या मुश्किलीने मॅट्रिक्युलेशनची परीक्षा पास केली. तिथे त्यांनी 'समलदास कॉलेज' मध्ये प्रवेश घेतला. याच काळात गांधीजींना लंडनला जाण्याचीही संधी मिळाली. गांधीजींनी ही संधी हातातून जाऊ दिली नाही. ते इंग्लंडला तत्त्वज्ञ आणि कवींची भूमी म्हणत असत. ते सभ्यतेचे केंद्र असल्याचा त्यांचा समजज होता.

लंडनला प्रयाण

त्या काळात समुद्रापलिकडे प्रवास करणे, हा सर्वात मोठा अधर्म समजला जाई. गांधीजींच्या कुटुंबियांनी मात्र धर्माचे अवडंबर न करता त्यांना शिक्षणासाठी परदेशी जाण्याची परवानगी दिली. त्यांची आई पुतलीबाई यांनी त्यांना परदेशी जाण्याची परवानगी देण्यापूर्वी मदिरा, महिला आणि मांसाहार यापासून दूर राहण्याचे वचन घेतले.

१८ व्या वर्षी सप्टेंबर १९८८साली गांधीजी आपली नवविवाहीत पत्नी आणि नवजात मुलाला भारतात सोडून लंडनसाठी प्रयाण केले. ते तिथे शिक्षण घेऊन बॅरिस्टर होण्यासाठी गेले होते.

सुरूवातीच्या तीन महिन्यात गांधीजींनी स्वतःला इंग्रजी समाजाशी जुळवून घेण्याचा प्रयत्न केला. त्यांनी नवनवीन सूट शिवले. इंग्रजी शब्दांचे उच्चार सुधारले. फ्रेंचचा अभ्यास तसेच व्हायोलिन आणि डान्स शिकण्याचाही प्रयत्न केला. एकूणात त्यांना इंग्रजी जेंटलमॅन व्हायचे होते. तीन महिने असे महागडे प्रयत्न केल्यावरही आता असे प्रयत्न करणे म्हणजे वेळ आणि पैशांचा अपव्यव असल्याचे गांधीजींना जाणवले. त्यानंतर त्यांनी असे महागडे प्रयत्न करणे सोडून दिले. बाकी उरलेली तीन वर्षे गांधीजी लंडनमध्ये एक गंभीर विद्यार्थी म्हणून जीवन जगले. आता त्यांची जीवनशैलीही बदलली. ते खूप साधेपणाने राहू

लागले.

इंग्लंडमध्ये राहून गांधीजी फक्त साधेपणाने जगायला शिकले. इतकेच नाही तर शाकाहार आणि आजीवन समर्पण याची भावनाही त्यांच्या मनात जागृत झाली. तिथे असलेले बहुतेक भारतीय विद्यार्थी तिथे मांसाहार करीत असत. मात्र गांधीजींनी त्याला हात न लावण्याचा निर्णय केला. त्यांनी आपल्या आईलाही शाकाहारी राहण्याचे वचन दिले होते.

गांधीजी लंडनमध्ये जेवणासाठी शाकाहारी रेस्टॉरंट शोधीत असत. याच प्रयत्नात त्यांचा लंडन व्हिजेटिरयन सोसायटीशी संपर्क आला आणि तिचे सदस्य झाले. या सोसायटीत बहुतेक बुद्धिजिवी लोक एकत्र होत असत. त्या लोकांनी गांधीजींची ओळख हेन्री डेव्हिड थोरिओ आणि लिओ टॉलस्टॉय यांच्यासारख्या वेगवेगळ्या प्रकारच्या बुद्धिजिवींशी झाली. या सोसायटीतील बुद्धिजिवी लोकांमुळे प्रभावित होऊन गांधीजीनी भगवतगीतेचा गंभीरपणे अभ्यास करायला सुरूवात केली. गीतेमधून गांधीजींना नवीन विचार आणि नवीन कल्पना सूचल्या. त्यामुळे गांधीजींच्या मनात नवीन विश्वास आणि नवीन कल्पनाचा उदय झाला.

बॅरिस्टर गांधी

'१० जून १८९१ गांधीजी कायद्याची परीक्षा पास झाले. त्यानंतर दोनच दिवसांनी ते भारतात परत यायला निघाले. पुढची दोन वर्षे गांधीजींनी भारतात वकिली करण्याचा प्रयत्न

केला. दुर्दैवान या काळात त्यांना कळून चुकले, की आपल्याला बारतीय कायद्यांची पुरेशी माहिती नाही तसेच कोर्टात आपण आत्मविश्वासाने युक्तिवाद करण्यासाठी उभे राहू शकत नाही.

याच दरम्यान पोरबंदरचे मूळ निवासी आणि नेटाल, द. अफ्रिकेत व्यापार करणारे भारतीय उद्योजक दाद अब्दल्ला यांनी गांधीजींच्या मोठ्या भावाला निरोप पाठविला की त्याने आपल्या बॅरिस्टर भावाला नेटालला पाठवावे. तिथे दादा अब्दुलांच्या एका ओळखीच्या माणसाचा खटला चालविण्यासाठी गांधीजींना आमंत्रित करण्यात आले होते. भारतात गांधीजींची वकिली काही फारसी चांगली चालत नव्हती.त्यामुळे त्यांनी अतिशय सहजपणे दादा अब्दुला यांचा प्रस्ताव स्वीकारला.

दक्षिण अफ्रिकेत गांधीजी

वयाच्या २ ३ व्या वर्षी गांधीजींनी पुन्हा एकदा आपले कुटुंब भारतात ठेवून दक्षिण अफ्रिकेला प्रयाण केले. मे १ ८ ९ ३ मध्ये ते इंग्रजांनी् स्थापन केलेल्या आणि इंग्रजांची सत्ता असलेल्या नेटाल शहरात पोहचले. गांधीजी फक्त पैसे कमविण्यासाठी आणि कायद्यांची अधिक माहिती मिळविण्यासाठी दक्षिण अफ्रिकेला गेले होते. पण याच ठिकाणाने गांधीजींना एक शांत आणि लाजाळू माणसापासून दूरदर्शी आणि सक्षम नेता बनविले.

त्यांचा पहिला संघर्ष वर्णभेदाच्या विरूद्ध होता जो दक्षिण अफ्रिकेतच सुरू झाला होता. या परिवर्तनाची सुरूवात दक्षिण अफ्रिकेतील एका व्यवसायिक प्रवासातून झाली. दक्षिण अफ्रिकेत पोहचल्यानंतर थोड्याच दिवसांनी गांधीजी या व्यवसायिक सहलीला निघाले होते.

रेल्वेतून बाहेर फेकले

गांधीजींना दक्षिण अफ्रिकेला येऊन फक्त एक आठवडाच झाला होता. त्याच काळात गांधीजींना सांगण्यात आले की त्यांना आपल्या केससाठी नेटालहून दक्षिण अफ्रिकेतील ट्रांसवाल साम्राज्यातील (डचांची सत्ता) राजधानीपर्यंत प्रवास करायचा आहे. हा अनेक दिवसांचा प्रवास होता. यामध्ये ट्रेन आणि बग्गीमधून प्रवास करायचा होता. गांधीजींनी पीटर मॅरिटसबर्ग स्टेशनवरून रेल्वेच्या प्रवासाला सुरूवात केली तेव्हा त्यांना तिसऱ्या दर्जाच्या बोगीत जायला सांगण्यात आले. गांधीजीकडे पहिल्या वार्गाचे तिकिट होते. त्यामुळे त्यांन तिसऱ्या वर्गाच्या डब्यात जायला नकार दिला. यावर पोलिसाने तिथे येऊन त्यांचे सामान रेल्वेच्या बाहेर फेकून दिले.

या प्रवासात गांधीजीना असे अनेक अन्याय सहन करावे लागले. गांधीजींनी जेव्हा दक्षिण अफ्रिकेत असलेल्या इतर

PIETERMARITZ BURG

भारतीयांशी याबाबत बोलणी केली तेव्हा त्यांना ही काही वेगळी घटना नसल्याचे कळले. इथे सर्व साधारणपणे भारतीयांसोबत असेच होत असल्याचे त्यांना कळले. दक्षिण अफ्रिकेत भारतीयांसाठी अतिशय अपमानकारक असा 'कुली' हा शब्द वापरला जात असे. गांधीजींना त्यांच्या व्यावसायिक प्रवासाच्या काळात पहिल्याच दिवशी अपमानित करून रेल्वेच्या बाहेर फेकण्यात आले होते. ती रात्र त्यांना रेल्वे स्टेशनवर थंडीने कुडकुडत काढावी लागली. आता आपल्या देशात परत जायचे की दक्षिण अफ्रिकेत राहून वर्णभेदाच्या विरोधात संघर्ष करण्याची गरज आहे, यावर विचार करणे सुरू केले. खूप गंभीरपणे विचार केल्यावर हा अन्याय आणखी न चालू देण्याचा आणि भेद भावाच्या वागणुकीविरूद्ध लढा देण्याचा गांधीजींनी निर्णय घेतला.

नेटाल इंडियन कॉंग्रेसची स्थापना

पुढची वीस वर्षे गांधीजी दक्षिण अफ्रिकेत गांधीजी भारतीयांच्या हक्काचे रक्षण करण्यासाठी सघर्ष करीत राहिले. पहिली तीन वर्षे गांधीजींनी भारतीयांच्या तक्रारी माहीत करून घेतल्या. कायद्याचा अभ्यास केला. तेथील अधिकाऱ्यांना पत्र लिहिली. तसेच याचिका दाखल केल्या.

२२ मे १८९४ रोजी गांधीजींनी 'नेटल इंडियंन कॉंग्रेस' स्थापन केली. अर्थात नेटाल इंडियन कॉंग्रेस ही सुरूवातीला

NATA
INDIA
CONGI

श्रीमंत भारतीय लोकांची एक संघटना होती; पण नंतर गांधीजींनी हिचे सदस्यत्व प्रत्येक वर्ग आणि जातीपर्यंत पोहचविण्यासाठी कठोर परिश्रम घेतले. आपल्या अधिकारांसाठी आंदोलन करणारे म्हणून गांधीजी प्रसिद्ध झाले. इतकेच नाही तर त्यांनी केलेल्या कामाची चर्चा इंग्लंड आणि भारतातील वृत्तपत्रात होऊ लागली. थोड्याच वर्षात गांधीजी दक्षिण अफ्रिकेतील भारतीयांचे नेते झाले.

भारतात आगमन आणि पुन्हा दक्षिण अफ्रिकेला परत

दक्षिण अफ्रिकेत तीन वर्षे काढल्यानंतर १८९६ साली गांधीजी भारतात परत आले. पत्नी आणि मुलाला आपल्या सोबत दक्षिण अफ्रिकेला नेण्यासाठी ते भारतात आले होते. गांधीीज भारतात आले तेव्हा इकडे भयानक स्वरूपातील प्लेगची साथ पसरली होती. स्वच्छतेच्या अभावी प्लेगसारखे साथीचे रोग पसरतात, असा त्या काळी सर्वमान्य समज होता. अशा वेळी गांधीजींनी शौचालयांची तपासणी करण्यासाठी आपली मदत देण्याचे अश्वासन दिले तसेच चांगली स्वच्छता राखण्यासाठी काही सुचनाही केल्या. जिथे दुसरे लोक श्रीमंत व्यक्तीच्या शौचालयाची तपासणी करायला उत्सुक होते तिथे गांधीजींनी अस्पृश्य आणि श्रीमंत अशा दोघांच्याही शौचालयांची तपासणी

करण्यासाठी मदत केली. श्रीमंत लोकांच्या घरात स्वच्छतेची अवस्था खूपच बिकट असल्याचे त्यांना आढळून आले.

३० नोव्हेंबर १८९६ रोजी गांधीजी आपल्या कुटुंबासह दक्षिण अफ्रिकेला जाण्यासाठी रवाना झाले. ज्या काळात गांधीजी दक्षिण अफ्रिकेत नव्हते त्या काळात त्यांच्या वतीने जारी करण्यात आलेल्या 'ग्रीन पॉम्पलेट'ला विकृत स्वरूपात आणि तीखट मीठ लावून वाटण्यात आल्याचे त्यांना माहीत नव्हते. ग्रीन पॉम्पलेट ते पॉम्पलेट होते, ज्यात भारतीयांच्या तक्रारी असत.

गांधीजींचे जहाज डर्बन बंदरात पोहचले, पण त्याआधी २३ दिवस त्याला एका वेगळया ठिकाणी अडविण्यात आले होते. त्याचे मुख्य कारण असे होते, की बंदरात गोऱ्या लोकांची खूप गर्दी होती. ते लोक खूप संतापात होते. त्यांनी अशी भीती वाटत होती, की भारतीय प्रवाशा नी भरलेली दोन जहाजे सोबत घेऊन येत आहेत आणि त्यांचा विचार दक्षिण अफ्रिकेवर स्वारी करण्याचा आहे.

गांधीजींवर हल्ला

जहेज बंदरात पोहचले तेव्हा गांधीजींनी सुरक्षितरित्या आपल्या कुटुंबियांना सुरक्षित ठिकाणी पोहचविले. तरीही त्यांच्यावर विटा, सडलेली अंडी आणि दगडांनी हल्ला केला. पोलीस वेळेवर पोहचले. गांधीजींनी आपल्यावर करण्यात येणारे आरोप चुकीचे असल्याचे सांगितले आणि ज्यांनी हल्ला केला त्यांना आरोपी

करण्यास नकार दिला तेव्हा त्यांची उदारता पाहून त्यांच्या विरूद्ध होत असलेला हिंसाचार थांबला. या घटनेमुळे दक्षिण अफ्रिकेत गांधीजींची प्रतिष्ठा अनेक पटींनी वाढली.

बोअर युद्ध

१८९९ साली दक्षिण अफ्रिकेत बोअर युद्ध सुरू झाले तेव्हा गांधीजींनी इंडियंन ॲम्बुलेन्स कॉर्पची स्थापना केली. याद्वारे सुमारे ११०० भारतीयांनी अतिशय शूरपणे जखमी झालेल्या ब्रिटिश सैनिकांना मदत केली. यामुळे दक्षिण अफ्रिकेतील भारतीय आणि इंग्रज यांच्यात सदभावना निर्माण झाली. १९०१ साली गांधीजी एका वर्षासाठी भारतात परत आले तेव्हापासून या सदभावनेचे परिणाम दिसून येऊ लागले. या एका वर्षात गांधीजींनी भारत भ्रमण केले. आपल्या या प्रवासात भारतात खालच्या वर्गातील लोकांवर होणाऱ्या विषमतेकडे त्यांचे लक्ष वेधले गेले. त्यानंतर पुन्हा ते दक्षिण अफ्रिकेत निघून गेले.

फिनिक्स सेटलमेंट

गीतेपासून प्रेरणा घेऊन गांधीजींनी 'अपरिग्रह' आणि 'समभाव' या संकल्पनांचे अनुसरण करून आपले जीवन शुद्ध करू इच्छित होते. त्यानंतर त्यांच्या एका मित्राने त्यांना जॉन रस्किन यांचे 'अन टू धिस लास्ट' हे पुस्तक दिले. गांधीजी रस्किन यांनी सुचविलेल्या आदर्शामुळे खूपच उत्तेजित झाले.

या पुस्तकापासून प्रेरणा घेऊन गांधीजींनी १९०४ साली डर्बनच्या बाहेर 'कम्युनल लिव्हिंग कम्युनिटी' स्थापन केली. ती 'फिनिक्स सेटलमेंट' म्हणून ओळखली जाते.

ही सेटलमेंट म्हणजे सामुदायिकरित्या एकत्र राहण्याचा एक प्रयोग होता. इथे लोकांना अर्थहीन विचारांना सोडावे लागत होते आणि समाजात पूर्ण समतेने राहण्यासाठी प्रेरीत केले जात होते. गांधीजींनी आपले वृत्तपत्र 'इंडियन ओपीनियन' आणि आपल्या कार्यकर्त्यांना 'फिनिक्स सेटलमेंट'कडे वळविले. त्यानंतर काही काळाने गांधीजींनी आपल्या कुटुंबियांनाही याचे अनुसरण करायला सांगितले. या समुदयाकडे प्रेससाठी एक बिल्डिंग होती. समुदायातील प्रत्येक सदस्याला तीन एकर जमीन देण्यात आली होती. त्यावर त्यांना वळविलेल्या लोखंडी चादरीच्या सहाय्याने आपल्यासाठी घर तयार करावे लागत होते. प्रत्येक सदस्याला शेती करण्यासाठी तसेच वृत्तपत्राला मदत करण्याचे प्रशिक्षण दिले जात होते.

१९०६मध्ये गांधीजींना असे जाणवले, की कौटुंबिक जीवनातील जबाबदाऱ्यामुळे आपण लोकांची वकिली योग्य प्रकारे करू शकत नाही. याच कारणामुळे त्यांनी त्यांनंतर 'ब्रह्मचर्य' पाळण्याची शपथ घेतली. ब्रह्मचर्य म्हणजे सेक्स संबंधापासून म्हणजे पत्नीसोबतच्या शारीरिक संबंधाचाही त्याग करणे. खरं तर गांधीजींसाठी ही अवघड शपथ होती, पण पुढील जीवनात ती कायम पाळण्यासाठी त्यांनी कठोर परिश्रम घेतले. एका

UNTO
THIS
LAST
BY
JOHN RUSKIN

इच्छेतून दुसरी इच्छा निर्माण होते, असे गांधीजींचे म्हणणे होते. जेवणाकडे असलेला आपला ओढा कमी करण्यासाठी त्यांनी आपला आहारही नियंत्रित केला. तसे ते आधीपासूनच शाकाहारी होते. त्यानंतर ते बिना तेलाचे आणि तिखट मसाल्याचे तसेच बहुतेक वेळा कच्चे अन्न खाऊ लागले. याच कारणामुले फळे आणि हरभरे हा त्यांच्या आहाराचा मुख्य भाग झाला होता. उपवासामुळे इच्छाचे दमन होते आणि मन शुद्ध होते, असाही त्यांचा विश्वास होता.

भारतात परत

दक्षिण अफ्रिकेत वर्णभेद विरोधी संघर्ष करीत गांधीजींना वीस वर्षे झाली. जुलै १९१४मध्ये त्यांनी भारतात परत येण्याचा निर्णय घेतला. भारतात परत येताना त्यांना वाटेत काही दिवस लंडनमध्ये थांबायचे होते. त्यांच्या या प्रवासाच्या वेळीच पहिले महायुद्ध सुरू झाले होते. ते पाहून त्यांनी असा निर्णय घेतला की काही दिवस इंग्लंडमध्ये थांबून भारतीयांचा एक दुसरा ॲम्ब्युलेन्स कार्प तयार करावा. त्याद्वारे इंग्रजांना मदत करता येईल. गाधीजीच्या वतीने करण्यात येणाऱ्या या मदतीचा इंग्रजांनी चुकीचा अर्थ घेतला. याचा परिणाम म्हणून ागंधीजी जानेवारी १९१५मध्ये भारतात परत आले.

दक्षिण अफ्रिकेत गांधीजींनी केलेला संघर्ष आणि त्यात

त्यांना मिळालेला विजय याचे जगभर कौतुक होत होते. त्यामुळे गांधीजी भारतात परत येईपर्यंत एक राष्ट्रीय नेता झाले होते. खरं तर गांधीजी भारतात सुधारणांची सुरूवात करण्यासाठी व्यस्त होते. त्यावेळी त्यांच्या एका मित्राने त्यांना असा सल्ला दिला होता,की त्यांनी असे काही करण्यापूर्वी एकदा संपूर्ण भारत भ्रमण करावे. त्यामुळे त्यांना लोकांना भेटण्याची आणि त्यांच्या समस्या जवळून पाहण्याची संधी मिळणार होती.

साबरमती आश्रम

आपल्याला मिळालेली प्रसिद्धी गरिबांची वास्तविक परिस्थिती जाणून घेण्याच्या मार्गात अडसर ठरत् असल्याचे लवकरच गाधीजींच्या लक्षात आले. अज्ञात स्वरूपात भारतभर प्रवास करण्यासाठी त्यांनी धोतर आणि खडावा घालायला सुरूवात केली. हा सामान्य माणसाचा पोषाख होता. थंडीच्या दिवसात ते यावर एक शाल पांघरीत असत. हा पोषाख त्यांनी अशा प्रकारे वापरला की उर्वरित जीवनासाठी कायमस्वरूपी पोषाख झाला.

निरीक्षणाच्या या काळात गांधीजींनी पुन्हा एकदा सामुदायिक एकत्र राहण्याचा प्रयोग सुरू केला. यावेळी हा प्रयोग त्यांनी अहमदाबादमध्ये सुरू केला. तो 'साबरमती आश्रम' या नावाने ओळखला जातो. पुढची सुमारे सोळा वर्षे गांधीजी आपले

कुटुंबिय आणि फिनिक्स सेटलमेंटमधील काही सदस्यांसोबत या आश्रमात राहिले.

महात्मा पदवी

भारतात परत आल्यावर काही दिवसांतच त्यांनी 'महात्मा' हीपदवी प्रसिद्धीच्या स्वरूपात देण्यात आली. कवीवर्य रवींद्रनाथ टागोर यांनी त्यांना ही पदवी दिल्याचे तसेच तिचा प्रचार आणि प्रसार केल्याचे समजले जाते. या पदवीत त्या लाखो शेतकऱ्यांची भावना पहायला मिळते, जे गांधीजींना एक संत समजत असत. खरं तर गांधीजींना ही पदवी आवडत नव्हती. ही पदवी आपल्याला विशेष व्यक्तीचा दर्जा देते, आणि आपण तर एक सामान्य व्यक्ती आहोत, असे त्यांचे म्हणणे होते.

एक वर्ष भारत भ्रमण करून भारतातील परिस्थिती समजून घेतल्यानंतरही महायुद्धामुळे गांधीजी आपले काम सुरू करू शकत नव्हते. 'सत्याग्रहा" च्या स्वरूपात त्यांनी अशी शपथ घेतली होती, की ते कधीही विरोधी गटाच्या अडचणीचा फायदा करून घेणार नाहीत. ब्रिटीश महायुद्धात अडकले होते म्हणून त्यांच्या विरोधात भारतीय स्वातंत्र्यांचे युद्ध त्यांना सुरू करायचे नव्हते. अर्थात याचा अर्थ असा नव्हता, की गांधीजी स्वस्थ बसले होते.

सत्याग्रह

इंग्रजाविरूद्ध लढण्याऐवजी गांधीजींनी आपला प्रभाव आणि 'सत्याग्रह' याचा वापर भारतात पसरेली विषमता दूर करण्यासाठी केला. उदाहरणच द्यायचे झाले तर या काळात त्यांनी जमिनदारांवर दबाव आणला की त्यांनी वाढीव दराने शेतकऱ्यांकडून कर वसूल करू नये. त्यांनी मील मालाकांशी शांततापूर्ण बोलणी करून संपावर तोडगा काढला. गांधीजींनी आपली प्रतिष्ठा आणि दृढ निश्चयाच्या बळावर जमिनदारांमध्ये नैतिकता जागी केली. मिल मालकांना समजावण्यासाठी त्यांनी 'उपोषण; केले. गांधीजीची प्रतिष्ठा आणि समाजातील त्यांची उचीं इतकी वाढली होती, की त्यांच्या मृत्यूसाठी आपण जबाबदार ठरू नये, असे लोकांना वाटत होते. उपवासामुळे शारीरिक पातळीवर गांधीजी खूप अशक्त झाले होते. त्यांची प्रकृती इतकी खालावली होती, की त्यात त्यांचा मृत्यूही होऊ शकत होता.

'ब्रह्मचर्या' च्य शपथेमुळे त्यांना ध्येयावर आपले लक्ष केंद्रित करण्यासाठी खूप मदत झाल्याचे गांधीजींचे म्हणणे होते. याच कारणामुळे त्यांनी १९०६ च्या अखेरीस 'सत्याग्रहा' चा सिद्धांत शोधून काढला होता. साधारण शब्दात सांगायचे झाले तर सत्याग्रह म्हणजे निष्क्रिय विरोध होय. खरं तर गांधीजींचे असे म्हणणे होते की इंग्रजी वाकप्रचार पॅसिव्ह रेजिस्टंस (निष्क्रिय

विरोध) हा सत्याग्रहाचा आत्मा व्यक्त करू शकत नाही. कारण साधारणपणे पॅसिव्ह रेजिस्टंस कमकुवत लोक वापरतात. समोरची व्यक्ती खूपच रागात येते तेव्हा याचा एखाद्या खेळीसारखा वापर केला जातो. त्यामुळे गांधीजींनी भारतीयांचा प्रतिरोध व्यक्त करण्यासाठी एक नवीन नाव शोधून काढले. त्याला 'सत्याग्रह' म्हणतात. सत्याग्रह म्हणजे सत्याची ताकद.

शोषित आणि शोषक दोघेही राजी असतात, तेव्हाच शोषण होऊ शकते, असे गांधीजींचे म्हणणे होते. जर एखाद्या व्यक्तीने वर्तमान परिस्थितीच्या पलिकडे जाऊन सार्वभौम सत्य पाहण्याचे धाडस असेल, तर तो बदल घडवून आणू शकतो.

व्यवहारिक पातळीवर 'सत्याग्रह' म्हणजे कोणत्याही अन्यायाचा अशा प्रकारे केलेला अहिंसक विरोध आहे, ज्यामध्ये अकूत शक्ती असते आणि जो ध्येय केंद्रित असतो. जो कोणत्याही प्रकारचा अन्याय सहन करण्यास नकार देतो, तोच 'सत्याग्रही' असतो. पण सत्याग्रही होण्यासाठी इतरही काही अटी आहेत. जसे विरोध करताना त्यांने कधीही क्रोधित होऊ नये. मारामारी झाली तरीही त्याने स्वतः तसे करू नये. आपल्या संपत्तीवरील अधिकार सोडण्यासाठी त्याने तयार असायला हवे. एका सत्याग्रहीसाठी हेही आवश्यक असते की त्याने शत्रूच्या समस्यांचा गैरफायदा घेऊ नये. निष्कर्षाच्या स्वरूपात सांगायचे झाले तर गांधीजींच्या सत्याग्रहाचा उद्देश लढाईतील विजय किंवा पराभव

यासाठी नव्हता, तर त्याचे ध्येय सर्वांना सत्याचे दर्शन घडविण्यासाठी तसेच अन्याय थांबविण्यासाठी सहमत तयार करणे होता.

दक्षिण अफ्रिकेतील पहिला सत्याग्रह

ही १९०७ च्या सुरूवातीची गोष्ट आहे, जेव्हा गांधीजींनी आपला पहिला सत्याग्रह सुरू केला होता. हा सत्याग्रह 'अशियायी रजिस्ट्रेशन कायद्या' च्या विरोधात दक्षिअ अफ्रिकेत करण्यात आला. सर्वसाधारणपणे हा कायदा 'ब्लॅक ॲक्ट' या नावाने ओळखला जातो. मार्च १९०७ मध्ये दक्षिण अफ्रिकेत हा कायदा मंजूर झाला. याच्या अतंर्गत सर्व भारतीयांना फिगंर प्रिंट कराव्या लागत असत. तसेच त्यांना आपल्या नोंदणीची कागद पत्रे सदैव आपल्यासोबत बाळगावी लागत असत.

सत्याग्रह करीत भारतीयांनी फिगर प्रिंट करण्याला नकार दिला. तसेच रज्स्ट्रिेशनची कागद पत्रे तयार करणाऱ्या कार्यालयाला घेराव घातला. सामुहिक धरणे आणि निदर्शने करण्यात आली. खदानीत काम करणारे लोक संपावर गेले. भारतीय लोकांनी या कायद्याला विरोध करण्यासाठी नेटाल पासून ट्रांसव्हाल पर्यंत बेकायदेशीर प्रवास केला. शेकडो विरोधक आणि निदर्शकांना मारहाण करण्यात आली. त्यांना अटक करण्यात आली. यावेळी गांधीजींनाही अटक करण्यात आली.

गांधीजींनी केलेल्या अनेक तुंरूगवासांपैकी हा पहिला तुरूंगवास होता. सात वर्षे हा विरोध सुरू होता. शेवटी १९१४ साली ब्लॅक ॲक्ट मागे घेण्यात आला. अहिंसक विरोध यशस्वी होऊ शकतो, हे गांधीजींनी इथे सिद्ध करून दाखविले.

असहकार आंदोलन

पहिले महायुद्ध जस जसे शेवटाकडे जात होते, तसे गांधीजींनी 'स्वातत्र्या' च्या लढाईवर आपले लक्ष केंद्रित करायला सुरूवात केली. १९१९ साली रॉलेट ॲक्टच्या स्वरूपात इंग्रजांनी गांधीजींना लढण्यासाठी एक हत्यार उपलब्ध करून दिले. या कायद्यानुसार इंग्रजांना क्रांतिकारी घटकांचे उन्मुलन करण्यासाठी मोकळिक मिळाली होती. या कायद्यानुसार इंग्रज अधिकारी भारतीय आंदोलकांना कोणत्याही प्रकारची सुनावणी न करता अनिश्चित कालावधीसाठी तुंरूगात डांबून ठेवू शकत होते. रॅलेट ॲक्टच्या विरोधात गांधीजींनी सामुंहिक संपाची घोषणा केली. हा संप ३० मार्च १९१९ रोजी सुरू झाला. दुर्दैवाने इतक्या मोठ्या प्रमाणात केल्या जाणारा विरोध लवकरच हातातून निसटला. कारण हे आंदोलन अनेक ठिकाणी हिंसक झाले.

गांधीजींनी हिंसेच्या बातम्या ऐकल्या तेव्हा त्यांनी साधारण संप मागे घेतला. तरीही अमृतसरमधील जालियानवाला बागेत इंग्रजांनी बदल्याच्या भावनेतून ३०० भारतीयांना मारून टाकले. या सामुहिक हिंसाचारात ११०० भारतीय जखमी झाले. खरं

तर या विरोधात कुठेही सत्याग्रहाची भावना नव्हती. अमृतसरमधील या हत्याकांडाने भारतीय लोक खूप संतप्त झाले.

सामुहिक संपात ज्या प्रकारे हिंसेच्या बातम्या आल्या, त्यावरून हे स्पष्ट झाले की भारतीयांचा अजून सत्याग्रहाच्या शक्तीवर पूर्णपणे विश्वास बसला नव्हता. त्यामुळे १९२० मध्ये गांधीजी बहुतेक करून सत्याग्रहाची वकिली करीत राहिले. राष्ट्रव्यापी विरोध हिंसक होण्यापासून कशा प्रकारे वाचविता येईल, हे माहीत करून घेण्याचाही त्यांनी या काळात प्रयत्न केला.

गांधीजींना अटक

सरकारच्या विरोधात बोलणे आणि लिहिणे यासाठी मार्च १९२२ मध्ये गांधीजींना अटक करण्यात आली. त्यांना सहा वर्षांची शिक्षा ठोठावण्यात आली. दोन वर्षानंतर तब्येत बिघडल्यामुळे गांधीजींची सुटका करण्यात आली. त्यांना ॲपेंडायटिसचे ऑपरेशन करायचे होते. गांधीजी तुरूंगातून बाहेर आले तेव्हा संपूर्ण देशात हिंदू आणि मुस्लिम परस्परांवर हल्ले करीत असल्याचे त्यांना दिसून आले. या हिंसेमुळे दुःखी होऊन त्यांनी २१ दिवसांचे उपोषण सुरू केले. याला १९२४ मधील 'महान उपवास' म्हणतात. नुकतेच ऑपरेशन केल्यामुळे गांधीजींची प्रकृती आधीच ठीक नव्हती. ते बाराव्या दिवशीच मरून जातील असे बऱ्याच लोकांना वाटत होते. पण त्या दिवशी

त्यांनी रॅली काढली. त्या उपवासामुळे देशात लगेच शांतता प्रस्थापित झाली.

या दशकात गांधीजींनी इंग्रजांपासून स्वातंत्र्य मिळविण्यासाठी स्वावलंबनावर भर द्यायला सुरूवात केली. उदाहरणार्थ इंग्रजांनी जेव्हापासून भारतावर आपले राज्य सुरू केले होते तेव्हापासून ते भारतातून कच्चा माल घेऊन जात असत. त्यानंतर ब्रिटनमधून महागडा तयार माल भारतात आणून विकला जात असे. जसे कपडे. गांधीजींचे असे म्हणणे होते, की आपण स्वावंलंबन स्वीकारल्यामुळे कापडासाठी इंग्रजावर असलेले अवंलबीत्व कमी होईल. याचा प्रचार आणि प्रसार करण्यासाठी ते प्रवासातही आपल्या हातात चरखा बाळगीत असत. भाषण देत असतानाही गांधीजी चरख्यावर सूत कातत असत. हा प्रयोग इतका लोकप्रिय आणि यशस्वी झाला की 'चरखा' हे भारतीयांच्या स्वातंत्र्याचे प्रतिक झाले.

डिसेंबर १९२८मध्ये गांधीजी आणि भारतीय राष्ट्रीय कॉंग्रेस यांनी इंग्रज सरकारच्या विरोधात नवीन आव्हानाची घोषणा केली. ३१ डिसेंबर १९२९ पर्यंत जर भारताला कॉमन वेल्थ देशाचा दर्जा मिळाला नाही, तर ब्रिटिशांनी लादलेल्या करांच्या विरोधात राष्ट्र्व्यापी आंदोलंन उभारले जाईल, अशी त्यांची मागणी होती. दिलेली कालमर्यादा संपत आली तरीही ब्रिटीशांच्या वागण्यात काही फरक पडला नाही.

दांडीयात्रा

'मीठाचा सत्याग्रह' सुरू असताना गांधीजींनी शपथ घेतली की भारताला स्वातंत्र्य मिळत नाही तोपर्यंत आपण अहमदाबादेतील साबरमती आश्रमात परत येणार नाही. साबरमती आश्रमालाच त्यांनी आपले घर केले होते. ते आपल्या शपथेवर कायम राहिले. १९३० साली ते महाराष्ट्राच्या वर्धा जिल्ह्यातील शेगाव (सेवाग्राम) येथे राहण्यासाठी गेले. हे शहरापासून खूप दूर असलेले असे गाव होते, जिथे पाणी आणि वीज पुरवठाही नव्हता. भारतीय स्वातंत्र्य आंदोलनाच्या भवितव्यावर चर्चा करण्यासाठी राजकीय नेत्यांना त्या दूर असलेल्या गावी जावे लागत असे.

इंग्रजाच्या वतीने लादले जाणारे अनेक कर बेकायदेशीर आणि अनैतिक स्वरूपाचे होते. यापैकी अशा एखाद्या कराची निवड करावी, ज्यामधून भारतीय गरिबांचे शोषण होते. अशी गांधीजींची इच्छा होती. मीठ हा एक असा पदार्थ होता, ज्याचा वापर रोजच्या जेवणात अपरिहार्यपणे होत होता. भारतातील गरीबातील गरीब व्यक्तीही आपल्या जेवणात मीठाचा वापर करते. असे मीठ जे ब्रिटीश सरकार विकत नव्हते की त्याचे उत्पादनही करीत नव्हते. त्याचा वापर बेकायदेशीर होता. त्यामुळे भारतात विकल्या जाणाऱ्या मीठावर ब्रिटिश सरकारला मोठा

फायदा मिळत होता.

मीठावरील कराचा राष्ट्रव्यापी विरोध करण्यासाठी 'दांडी यात्रे' ची सुरूवात करण्यात आली. ही यात्री १२ मार्च १९३० रोजी सुरू झाली. गांधीजी आणि त्यांच्या ७८ समर्थकांनी साबरमतीपासून २०० मैल दूर असणाऱ्या सागर किनाऱ्यापासून या यात्रेला सुरूवात केली. दिवस जस जसे पुढे जात होते, तशी त्यांच्या समर्थकांची संख्या वाढत होती. वाढत वाढत ही संख्या तीन हजारावर पोहचली. कडक उन्हातही हे लोक रोज १२ मैलांचा पायी प्रवास करीत असत.

५ एप्रिलला हा गट सागर किनारी असलेल्या दांडी शहरात पोहचला तेव्हा त्यांनी रात्रभर प्रार्थना म्हटल्या. सकाळी गांधीजींनी समुद्र किनाऱ्यावर पडलेले मूठभर मीठ उचलून तांत्रिक स्वरूपात कायदेभंग केला.

यामुळे भारतीयात आपले मीठ तयार करण्याची जबरदस्त जागरूकतात निर्माण झाली. हजारो हजार लोक सागर किनाऱ्यावर आपले मीठ घेण्यासाठी आले. दुसऱ्या बाजूला हजारो लोकांनी खाऱ्या पाण्याचे बाष्पिभवन करायला सुरूवात केली. लवकरच भारतीयांच्या वतीने तयार केले जाणारे मीठ वापरण्यासाठी जणू संपूर्ण देशातच स्पर्धा सुरू झाली. शांततापूर्ण मोर्चे आणि घेराव घालण्याचे कार्यक्रमही झाले. याच्या बदल्यात ब्रिटिश सरकारने सामुहिक अटकसत्र सुरू केले.

गांधीजींना पुन्हा अटक

गांधीजींनी सरकारी साल्टवर्क धारसन पर्यंतचा प्रवास करण्याची घोषण केली तेव्हा इंग्रजांनी कोणतीही सुनावणी न करता गांधीजींनी अटक केली. गांधीजींना अटक केल्यावर हे आंदेलन थांबेल, असे ब्रिटिश सरकारला वाटत होते. मात्र त्यांना गाधीजींच्या अनुयायांची कल्पना नव्हती. कवयित्री श्रीमती सरोजनी नायडू यांनी अडीच हजार आंदलकांचे नेतृत्त्व केले आणि 'दांडी मार्च'सुरू राहिला. हे आंदोलनकारी आपल्या ठरलेल्या ठिकाणी पोहचले तेव्हा तिथे चारशे पोलीस कर्मचारी आणि सहा ब्रिटीश अधिकारी आधीपासूनच उपस्थित होते. आंदोलनकारी शिस्तबद्ध रित्या रांगा करून एका वेळी पन्नास अशा संख्येने तिथे पोहचत होते. त्यांच्यावर लाठी हल्ला करण्यात आला. त्यांना लोखंडी सळईने मारहाण करण्यात आली. प्रामुख्याने आंदोलकांच्या डोक्यावर आणि खांद्यावर वार करण्यात आले. तरीही आंदोलकांनी आपल्या सुरक्षिततेसाठी आपला हात उचलला नाही. पोलीसांनी पहिल्या पन्नास आंदोलकांना मारून मारून जमिनीवर पाडले तेव्हा पुढचे पन्नास आंदोलक रांगेत पुढे आले. सर्वच्या सर्व २५०० आंदोलक घायाळ होऊन जमिनीवर पडत नाहीत तोपर्यंत हे असे करणे सुरूच होते. आंतरराष्ट्रीय प्रेसच्या नजरा या आंदोलनावर खिळल्या होत्या. ब्रिटिश सरकारची क्रुरता पाहून सर्व जग सुन्न झाले होते.

JAIL

दिल्ली पॅक्ट

ब्रिटिश व्हाईसरॉय लार्ड आर्यविनला हे आंदोलन थांबविण्यासाठी काही करायला हवे, असे वाटले. याच विचाराने त्यांनी गांधीजींची भेट घेतली. लार्ड आयर्विन आणि गांधीजी 'दिल्ली पॅक्ट' वर सहमत झाले.

या पॅक्टनुसार भारतीयांना मर्यादित प्रमाणात मिठाचे उत्पादन करण्याची सूट मिळाली. त्याच बरोबर गांधीजींनी हे आंदोलन मागे घेतल्यावर सत्याग्रहींना तुंरूगातून सोडण्यावर ब्रिटिश सरकार सहमत झाले. या करारात गांधीजींनी पूर्ण यश मिळाले नाही, असे काही भारतीयांचे म्हणणे असले तरी गांधीजी मात्र याला स्वातंत्र्यच्या दिशेने पडलेले एक पुढचे पाऊल समजत असत.

सरहद्द गांधींची भेट

गांधीजी सतत प्रवास करीत असत. देशात ज्या ठिकाणी त्यांच्या सेवेची गरज पडत असे, त्या ठिकाणी ते जात असत. असाच एक दौरा त्यांनी उत्तर पश्चिम सीमा भागातही केला. तिथे गांधीजींना एक अतिशय विश्वासू असे शिष्य मिळाले. त्यांना आपण 'सरहद्द गांधी' या नावाने ओळखतो. सरहद्द गांधी एक पठाण होते. त्यांचे खरे नाव खान अब्दुल गफ्फार खान होते. काही लोक त्यांना बादशहा खान असेही म्हणतात.

सुभाषचंद्र बोस यांचा विरोध

दुसऱ्या महायुद्धाला सुरूवात झाल्यावर गांधीजी आणि काँग्रेस नेतृत्वाने उदासिन राहण्याचे धोरण स्वीकारले. कारण गांधीजी आणि काँग्रेस हे फॅसिस्ट शक्तींचे कडवे विरोधक होते. त्यामुळे ब्रिटिश साम्राज्यवादाला पाठींबा देणे त्यांच्यासाठी शक्य नव्हते. या पूर्ण काळाता नेताजी सुभाषचंद्र बोस यांनी गांधीजींना विरोध केला. ते कॉंगेसचे अध्यक्ष राहिले होते. या युद्धात ब्रिटिश कमकुवत झाले होते, तेव्हा भारताने या सुवर्ण संधीचा फायदा करून घ्यायला हवा होता. गांधीजींचा विरोध असतानाही बोस काँग्रेस अध्यक्षपदासाठी उभे राहिले होते. गांधीजीच्या लाडक्या उमेदवाराचा पराभव करून ते या पदावर निवडूनही आले होते. पण काँग्रेसच्या कार्यकारी समितीवर अजूनही गांधीजींचा प्रभाव असल्याचे त्यांना आढळून आले. गांधीजी आणि त्यांच्या समर्थकांच्या पाठिंब्याशिवाय काँग्रसचा गाडा हाकणे जवळपास अशक्य असल्याचे त्यांना आढळून आले. बोस यांनी कॉग्रेसच्या अध्यक्षपदाचा राजिनामा दिला.

नेताजी सुभाषचंद्र बोस जहाल मतवादी होते. इंग्रजावर दबाव आणून देशाला स्वातंत्र्य मिळवावे, अशी त्यांची इच्छा होती. इंग्रजांना नेताजींच्या हालचालींची जाणीव झाली होती. त्यामुळे इंग्रज पोलीस हात धुऊन त्यांच्या पाठीमागे लागले होते. त्यावेळी नाट्यमय रित्या इंग्रजाच्या हातावर तुरी देऊन ते भारतातून सटकले होते. जपान आणि नाझी सैन्याची मदत घेऊन भारताला स्वातंत्र्य मिळवून देण्याचा त्यांचा विचार होता.

स्वातंत्र्याची पुकार

१९४२ साली ब्रिटिश सत्तेपासून स्वातंत्र्य मिळविण्यासाठी गांधीजींनी अगदी शेवटचे लोकांना आवाहान केले. 'ऑगस्ट क्रांति मैदाना'वर उभे राहून गांधीजींनी झणझणीत भाषण केले. त्यांनी प्रत्येक भारतीयाला स्वातत्र्यांच्या बलिवेदीवर आपल्या प्राणाचे बलिदान करण्यासाठी सज्ज रहायला सांगितले.

त्यांनी 'करा किंवा मरा' ही घोषणा दिली. यावेळी त्यांनी इंग्रजांनी सागिंतले, 'भारत छोडो।' याच्या बदल्यात ब्रिटिश सरकारने गांधीजींना अटक केली. त्याचबरोबर सर्व कॉंग्रेस नेत्यांना अटक करून तुरंगात डांबण्यात आले. सरकारने स्वीकारलेले एकूण कठोर धोरण पाहता महायुद्ध संपेपर्यंत या सर्वांची सुटका होणार नाही, असे वाटत होते. गांधीजी आणि कस्तुरबा यांनी पुण्यातील आगा खान पॅलेसमध्ये ठेवण्यात आले होते. काही महिन्यातच कस्तुरबा गांधी यांचे निधन झाले. हा गांधीजींसाठी एक कठोर धक्का होता.

फाळणीला विरोध

१९४२ ते १९४५ या काळात मुस्लिम लिगने इंग्रजांचे लक्ष आपल्याकडे आकर्षित केले होते. ही एक अशी संघटना होती, जी मुसलमानांच्या हक्कासाठी लढत असल्याचा दावा करीत होती. ते मुसलमांनासांठी एका वेगळया देशाची मागणी करीत होते. त्यांनी युद्धाच्या काळात इंग्रजांना मदतही केली

होती. याच काळात ब्रिटनमध्ये क्लीमेट एटली यांच्या नेतृत्वाखाली लेबर पार्टीचे सरकार स्थापन झाले. हे सरकार भारताला स्वातंत्र्य देण्यासाठी वचनबद्ध होते. त्यामुळे हे सरकार सत्तेत आल्याबरोबर भारताच्या स्वातंत्र्यासाठी बोलणी सुरू झाली. राजकीय नेते सत्तेत येण्यासाठी लढाई सुरू करीत असल्याची कुणकुण गांधीजींना लागली. त्यामुळे इंग्रजाशी सुरू असलेल्या वाटाघाटीपासून गांधीजींनी स्वतःला दूर ठेवले. भारताचे विभाजन करण्याला त्यांनी आपला विरोध असल्याचे जाहीर केले.

भारत छोडे आंदोलन

इंग्रजाच्या वतीने भारतीयांवर करण्यात येणारे अत्याचारांनी परमोच्च सीमा गाठली होती. इंग्रज सत्तेच्या विरोधात लोकांच्या मनात असंतोष खदखदत होता आणि उत्साहाची लाट पसरली होती. देशातील प्रत्येकाला इंग्रजांच्या गुलामीतून सुटका हवी होती. देशातील लोकांच्या भावना लक्षात घेऊन लवकर स्वातंत्र्य मिळावे, असे गांधीजींनाही वाटत होते. म्हणून तयंनी १९४२ साली 'भारत छोडो' आंदोलन सुरू केले. याला प्रत्यूत्तर म्हणून इंग्रज सरकारने गांधीजींना पुन्हा एकदा तुरूंगात डांबले.

१९४४ साली गांधीजींची सुटका झाली तेव्हा आता लवकरच देशाला स्वातंत्र्य मिळेल, असे वाटू लागले होते. दुर्दैवाने याच काळात भारतातील हिंदू आणि मुसलमान यांच्यात मतभेद निर्माण झाले. इथे हिंदू मोठ्या प्रमाणात असल्यामुळे देश स्वतंत्र

QUIT
INDIA
QUIT
IN

झाल्यावर सत्ता त्यांच्या हातात जाईल, असे मुसलमानांना वाटत होते. म्हणून मग मुसलमानांनी मुस्लिम बहुल असलेल्या उत्तर पश्चिम भागातील सहा राज्यांना एकत्र करून एका नवीन देशाची मागणी केली. गांधीजींनी या फाळणीला विरोध केला आणि सर्वांना सोबत घेऊन पुढे जाण्यासाठी जोरदार प्रयत्न केले.

ज़ातीय दंगली

हिंदू आणि मुसलमान यांच्यात वैरभाव इतका वाढला होता, की महात्मा गांधीही त्यात सुधारणा करू शकले नाहीत. भयंकर हिंसाचार सुरू झाला. त्यात बलत्कार, हत्या आणि संपूर्ण शहर जाळून टाकण्याच्या घटनांचा समावेश होता. आपल्या उपस्थितीत तरी हिंसाचार होणार नाही म्हणून गांधीजींनी भारताचा दौरा सुरू केला. अर्थात गांधीजी ज्या ज्या ठिकाणे गेले, तेथील हिंसाचार थांबला; पण ते एकाच वेळी प्रत्येक ठिकाणी उपस्थित राहू शकत नव्हते.

फाळणीसह देशाला स्वातंत्र्य

देशात घड़णाऱ्या घटनांची इंग्रज मुळापासून चौकशी करीत होते. येथे हिंसक नागरी युद्ध होणार असल्याची त्यांना खात्री होती. त्यांनी ऑगस्ट १९४७ मध्ये देश सोडण्याचा निर्णय घेतला. भारत सोडण्यापूर्वी गांधीजींच्या इच्छेच्या विरूद्ध इंग्रजांनी

हिंदूंना फाळणीसाठी राजी केले. १५ऑगस्ट १९४७ रोजी इंग्रजांनी भारत आणि नवजात मुस्लिम राष्ट्र पाकिस्तान यांना स्वातंत्र्य दिले.

हिंदू आणि मुसलमान यांच्यातील हिसांचार सुरूच होता. हजारो हजार मुस्लिम शरणार्थी भारतातून पाकिस्तानात गेले. दुसऱ्या बाजूला तितकेच हिंदू पाकिस्तानातून आपला बाड बिस्तरा आवरून भारतात आले. असे या पूर्वी कधीच झाले नव्हते. खूप सारे लोक एकाच वेळी शरणार्थी झाले होते. शरणार्थींच्या रांगा अनेक मैल लागल्या होत्या. लोक आजार, थकवा आणि डिहायड्रेशन यामुळे मरत होते. दीड कोटी भारतीयांना आपली घरे सोडावी लागली होती. बदला घेण्याच्या उद्देशाने हिंदू आणि मुसलमान एक दुसऱ्यावर हल्ला करीत होते.

गांधीजींचे अमरण उपोषण

दिल्लीत पाकिस्तानातून आलेल्या हिंदू आणि शिख शरणार्थींच्या रांगा लागल्या होत्या. त्यांच्या मनात मुसलमानंबद्दल प्रचंड राग खदखदत होता. या रागाचे लवकरच हिंसाचारात रुपांतर झाले. दिल्ली आणि देशाच्या इतर भागात भयंकर स्वरूपात कापा कापी सुरू झाली. फाळणीनंतर झालेल्या हिंसाचारात सुमारे दहा लाख लोक ठार झाले होते. एक कोटी दहा लाख लोक विस्थापित झाले होते. मोठ्या प्रमाणात सुरू असलेला हा हिंसाचार थांबविण्यासाठी शांतता प्रस्थापित

करण्यासाठी गांधीजींनी आपल्या जीवनातील अखेरचे अमरण उपोषण सुरू केले. हा हिंसाचार रोखण्यासाठी एखादी उपयुक्त योजना आखली जात नाही तोपर्यंत आपण अन्नाच एक कणही सेवन करणार नसल्याचे त्यांनी जाहीर केले. वृद्ध झालेल्या गांधीजींचे अशक्त शरीर आता जास्त दिवस अमरण उपोषण सहन करू शकणार नाही. याची लोकांना जाणीव झाली. त्यामुळे दोन्ही पक्षांनी एकत्र येऊन शांततेसाठी काम करायला सुरूवात केली. गांधीजींचे उपोषण १३ जानेवारी १९४८ रोजी सुरू झाले होते. १८जानेवारी रोजी शंभरपेक्षा जास्त प्रतिनिधींनी गांधीजींची भेट घेतली.

या प्रतिनिधींनी एका करारावर स्वाक्षऱ्या करून खऱ्या मैत्रीची शपथ घेतली. त्याचबरोबर त्यात मुसलमानांचे जीवीत आणि मालमत्तेचे रक्षण करण्याचेही वचन दिले. तेव्हा कुठे गांधीजींनी आपले उपोषण समाप्त केले.

काही बाबतीत गांधीजींचे अखेरचे दिवस खूप चांगले होते, असे गांधीजींच्या विरोधकांसह बहुतेक सर्व लोक मान्य करतात. त्यांनी ंदगलग्रस्त नोआखालीत प्रत्येक गावाचा दौरा केला. तिथे बिहारमध्ये झालेल्या मुस्लिम हत्यांच्या विरोधात हिंदुंना मारले जात होते. त्यानी जखमींची सेवा केली. विधवांना सांत्वना दिली. कोलकत्यात हिंदू मुस्लिमांना एकत्र आणण्याचे ाकम केले. याच कारणामुळे भारतातील शेवटचे व्हाईसरॉय लॉर्ड माउंट बॅटन यांनी गांधीजींना हिंदू-मुस्लिम यांच्यातील 'वन मॅन बाऊंड्री

फोर्स' म्हटले होते. कोलकत्यातील भयंकर संघर्ष गांधीजींच्या प्रयत्नामुळेच शमला होता. यात त्यांना इतके मोठे यश मिळाले की गांधीजींच्या टिकाकारांनीही त्याला गांधीजींचा 'कोलकत्ता चमत्कार' म्हटले.

स्वातंत्र्याच क्षण

१५ ऑगस्ट १९४७ रोजी स्वातंत्र्याचा क्षण जवळ आला तेव्हा गांधीजी राजधानीत कुठेही दिसले नाहीत. खरं तर नेहरूसह देशातील सर्व संविधान सभा भारतीय स्वातंत्र्याच्या या निर्मात्याला 'राष्ट्रपिता' म्हणून सलाम करू इच्छित होती. आपल्या जीवनातील अखेरचे दिवस गांधीजींनी नवी दिल्लीतील ख़ालच्या वर्गातील लोकांसोबत घालविले. दिल्लीत त्यांचा जास्तीत जास्त वेळ 'स्वीपर्स कॉलनी' त जात असे. जिथे सर्वात खालच्या स्तरातील लोक रहात असत. किंवा मग ते बिर्ला हाऊस मध्ये आपल्या समर्तकांसोबत त्या काळातील परिस्थितीवर चिंतन मनन किंवा संध्या वंदना करीत आपला वेळ घालवित असत.

निर्दयी हत्या

क़ाही दिवसांनंतर बिर्ला हाऊसमध्ये एक बॉम्ब स्फोट झाला. गांधीजी तिथे संध्या वंदना करीत होते. या स्फोटात कोणीही जखमी झाले नाही. या स्फोटामुळे त्यांचे प्राण संकटात असल्याची खात्री झाली होती. पण आपल्या स्वभावानुसार गांधीजींनी अशा वेळी कोणत्याही प्रकारची जास्त सुरक्षा व्यवस्था स्वीकारायला

नकार दिला. कोणत्याही अडथळयांशिवाय चहुकडे फिरण्याच्या गांधीजींच्या इच्छेपुढे सर्वांना नमावे लागले. ३० जानेवारी १९४८ रोजी संध्याकाळच्या वेळी भारताचे तत्कालीन उपपंतप्रधान सरदरा वल्लभभाई पटेल यांना भेटण्यासाठी गेले. ते स्वातंत्र्य संग्रामात गांधीजींचे सहकारी होते. या भेटीनंतर संध्या वंदना करण्यासाठी ते निघाले.

दुर्दैवाने गांधीजींच्या शांतता योजनेमुळे सर्व जण आनंदी झाले नव्हते. काही कट्टरपंथी हिंदूंना असे वाटत होते, की कोणत्याही परिस्थितीत भारताची फाळणी व्हायला नको होती. तसे काही लोक या फाळणीसाठी काही प्रमाणात गांधीजींना जबाबदार धरीत असत.

गांधीजींच्या कंबरेला धोतरावर एक टाइम पीस नेहमी लटकत असते. संध्या वंदनेसाठी त्यांनी खूपच वेळ केला असल्याचे त्यांना त्यांच्या घड्याळीने सांगितले. वेळेचे बंधन पाळण्यात आलेल्या अपयशाबद्दल त्यांनी दुःख व्यक्त केले. संध्याकाळी पाच वाजून दहा मिनिटांनी गांधीजींनी आभा आणि मनुच्या खांद्याचा आधार घेत त्या बागेच्या दिशेने चालायला सुरूवात केली, जिथे संध्या वंदना सभा आयोजित केली होती.

गांधीजींनी हात जोडून उपस्थित असलेल्यांना नमस्कार केला. ते पोडियमच्या पायऱ्या चढणार इतक्यात एक तरूण तिथे आला आणि त्याने मनूला एका बाजूला ढकलून दिले. त्याने अभिवादन करण्याच्या उद्देशाने खाली वाकत आपल्या खिशातून रिव्हॉल्व्हर

HE... RAM....

काढले आणि गांधीजींच्या छातीत तीन गोळया झाडल्या.

गांधीजींच्या अंगावरील पांढरी उलनची शाल रक्ताने माखली. तरीही त्यांचे हात नमस्कार करण्यासाठी जोडलेलेच होते.

तो हत्या करणारा युवक नथुराम गोडसे होता. तो सनातनी विचारांचा आणि उग्र स्वभावाचा हिंदु युवक होता. हिंदू मुस्लिम एकतेचा कट्टर विरोधक होता. गांधीजींच्या एकतेच्या धोरणामुळे संतप्त होऊन त्याने गांधीजींवर गोळीबार केला होता.

गोळया लागल्यावर गांधीजींच्या मुखातून 'हे राम... हे राम !' असे शब्द निघाले आणि ते खाली कोसळले. ग़ांधीजी खाली पडल्यावर त्यांचे अज्ञाधारक घड्याळही थांबले. त्याच्यावर संध्याकाळचे पाच वाजून १२ मिनिट झाले होते.

ज्योत विझली

ग़ांधीजींची हत्या झाल्यावर शोकमग्न पंतप्रधान जवाहरलाल नेहरू यांनी देशवासीयांचे सांत्वन करताना आकाशवाणीवरून एक भाषण दिले. जे असे आहे,

"मित्रहो आणि सहकाऱ्यानो, आपल्या जीवनातील ज्योत विझली आहे. चहुकडे अंधार पसरला आहे. काय बोलू आणि कशा प्रकारे बोलू ते मला कळत नाही. आपले लाडके नेत, ज्याना आपण 'बापू' आणि 'राष्ट्रपिता' म्हणतो, ते आता आपल्यात नाहीत. कदाचित मी चुकीचे सांगत आहे. स्त्य असे आहे, की आधी जसे आपण त्यांना आपल्यात पाहत होतो, तसे त्यांना

आता आपल्यात असलेले पाहणे आता शक्य नाही. सल्ला आणि सांत्वना घेण्यासाठी आता आपण त्याच्याकडे जाऊ शकत नाही. हा फक्त माझ्यासाठीच एक धक्का आहे, असे नाही तर लाखो लोकांवर झालेला आघात आहे. कोणताही सल्ला देऊन ही जखम मी किंवा दुसरे कोणीही भरून काढू शकणार नाही.

प्रकाश विझला आहे. मी असे म्हणालो. मी चूक होतो. कारण या देशात जो काही प्रकाश दिसत आहे, तो काही साधारण प्रकाश नाही. ज्या प्रकाशात हा देश इतकी वर्षे प्रकाशत होता, तो यापुढे हजारो वर्षे असाच प्रकाशित करीत राहणार आहे. हे जग तेव्हाही हा प्रकाश पाहत राहीन. त्याला शेकडो हजारो हृदयाची सांत्वना मिळत राहील. हा प्रकाश आपल्या गेलेल्या भूतकाळापेक्षा किती तरी अधिक शाश्वस सत्य प्रकट करणारा आहे. तोच आपल्याला योग्य मार्गावर चालवेन आणि चुका करू देणार नाही. हा तोच प्रकाश होता, ज्याने आपल्या देशाला स्वातंत्र्य मिळवून दिले.

त्यांना करण्यासाठी खूप काही शिल्लक असताना हे झाले आहे. त्यांनी आपले काम केले आहे, आता त्यांची आम्हाल गरज नाही, असे आम्हाला आतापर्यंत कधीही वाटले नाही. आम्ही अशा प्रकारे अडचणींच्या फेऱ्यात अडकलेले असताना तर त्यांनी उणीव सहन करणे खूपच अवघड आहे.

एका वेड्या माणसाने त्यांच्या जीवनाचा अंत केला आहे. मी त्याला फक्त वेडाच म्हणू शकतो. गेल्या काही महिन्यांपासून

आणि वर्षांपासून देशात विष पसरले आहे. या विषाने लोकांच्या डोक्याला दूषित केले आहे. आपल्याला या विषाचा सामना करावा लागणार आहे. त्याला उखडून फेकावे लागेल. आम्ही चहुबाजूनी संकटाने वेढले आहोत. आपल्याला याचा सामना करावा लागेल, पण वेडेपणाने किंवा वाईट मार्गावर चालत नाही, तर आपल्याला तोच मार्ग निवडावा लागणार आहे, ज्यावर चालायला आपल्याला आपल्या लाडक्या गुरूजींनी शिकविले आहे.

सर्वात पहिली गोष्ट आपण लक्षात ठेवायला हवी, की आपल्यापैकी कोणीही गैरवर्तन करू नये. आपल्याला सक्षम आणि ठाम व्हावे लागणार आहे. चहुबाजूने आक्रमण करणाऱ्या समस्यांशी संघर्ष करण्यासाठी महान शिक्षकाने सांगितलेल्या मार्गावरून चालण्यासाठी ठाम निर्धाराची आवश्यकता आहे. आपण वाईट आचरण किंवा हिंसा करीत असताना त्या आत्म्याने वरून पाहिले तर ते खूप दुःखी होतील म्हणून आपण असे करायला हवे.

त्यामुळे आपण असे अजिबात करता कामा नये. याचा अर्थ अजिबात असा नाही की आपण कमकुवत झालो आहोत. संकटाच्या या वेळी आपण लहान सहान स्वार्थाच्या पलिकडे जाऊन मोठ्या गोष्टीसाठी एकत्र येऊन काम करावे लागेल. आपल्या मृत्यूने गांधीजींनी आपल्याला शाश्वत सत्याची आठवण करून दिली आहे. आपण हे लक्षात ठेवू शकलो तर भारतासाठी

ते चांगले राहील.

महात्मांजीचे शरीर काही दिवसांसाठी सुरक्षित ठेवावे, असा काही सहकाऱ्यांचा सल्ला आहे. त्यामुळे त्यांच्यावर प्रेम करणारे लाखो लोक त्यांना श्रद्धांजली अर्पण करू शकतील. पण आपले शरीर संरक्षित ठेवून श्रद्धांजलीसाठी ठेवू नये, अशी इच्छा त्यांनी वारंवार व्यक्त केली आहे. आपण यावेळी त्यांच्या इच्छेनुसारच वागायला हवे.

त्यामुळे या शनिवारी दिल्ली शहरात यमुना नदीच्या काठावर त्यांच्यावर अंतिम संस्कार करण्यात येतील. शनिवारी सकाळी सुमारे अकरा वाजता त्यांचे पार्थीव बिर्ला मंदिर येथे आणण्यात येईल. तेथून ते ठरलेल्या मार्गावरून यमुना नदीच्या काठावर नेण्यात येईल. अंत्यविधी संध्याकाळी ४ वाजता होईल. ठिकाण आणि मार्गाची घोषणा आकाशवाणी आणि वृत्तपत्रांच्या माध्यमातून केली जाईल.

अंत्य दर्शन घेण्याची इच्छा असलेले दिल्लीवासी ठरलेल्या मार्गाच्या दोन्ही बाजूला एकत्रित होऊ शकतात. बिर्ला हाऊसवर जास्तीत जास्त लोकांनी जमा व्हावे, असे मी म्हणणार नाही. ते या दीर्घ मागावरून निघणाऱ्या अंत्य यात्रेत सहभागी होऊ शकतात. धरणे किंवा निदर्शने न करता मौन राहून श्रद्धांजली अर्पण करतील. त्या महान आत्म्याला श्रद्धांजली अर्पण करण्याचा हा श्रेष्ठ मार्ग आहे. आपल्या सर्वांसाठी शनिवार हा प्रार्थना आणि उपवासाचा दिवस राहील.

दिल्लीच्या बाहेर असलेले लोक आणि देशाच्या दुसऱ्या भागात राहणारे लोकही त्यांना आपली श्रद्धांजली अर्पण करू शकतात. त्यांच्यासाठीही हा उपवासा आणि प्रार्थनेचा दिवस असणार आहे. त्यांनी संध्याकाळी ४ वाजता एखाद्या सागर किंवा नदीच्या किनारी जाऊन प्रार्थना म्हणावी. आपण मनापासून समर्पित भावनेने केलेली प्रार्थना हीच आपली खरी श्रद्धांजली असेल. आपल्या या महान देशभक्ताचे जीवन ज्या कारणांसाठी समर्पित होते, ज्यासाठी त्यांनी आपल्या प्राणांचे बलिदान केले, आपण त्यावर अमंलबजावणी करायला हवी. त्यांच्या स्मृतीसाठी आपण त्यांना यापेक्षा चांगली प्रार्थना अर्पण करू शकत नाही. ही भारतासाठी आणि आपल्या सर्वांसाठी सर्वात चांगली प्रार्थना आहे.

जय हिंद !"

राजघाट : महात्माजींची समाधी

राजघाट हे राष्ट्रपित्याचे अखेरचे निवासस्थान आहे. 'राष्ट्रपिता' म्हणजेच मोहनदास करमचंद गांधी, ज्यांना लोक महात्मा गांधी या नावाने ओळखतात.

त्यांच्यावर अंत्य संस्कार केलेले ठिकाण काळया संगमरमरी दगडानी चौरस आकारात बांधले आहे. हे अतिशय साधे तरीही मजबूत बांधकाम आहे. हे ठिकाण आपल्याला त्या व्यक्तीची आठवण करून देते, ज्यांची जीवनशैली म्हणजे साधेपणाचे आदर्श

उदाहरण आहे. या जागेच्या चारही बाजूला चारी दरवाजांच्या दिशेने चार फूटपाथ तयार करण्यात आले आहेत. याच्या भोवती सुंदर बाग तयार केली आहे. या समाधीच्या चारी बाजूला विविध प्रकारची झाडे लावण्यात आली असून त्यावर वेग वेगळी नावे लिहिण्यात आली आहेत. या समाधीचे दर्शन घेण्यासाठी आलेल्या परदेशी व्यक्तींनी ही झाडे लावली आहेत. त्यामध्ये महाराणी एलिझाबेथ-२, हो चि मिन्ह, यासेर अराफत, कर्नल नाशीर, मार्शल टीटो, माजी ऑस्ट्रेलियन पंतप्रधान गुग स्वाईटमॅन आणि पॉल किटिंग तसेच माजी अमेरिकन राष्ट्रपती ड्वाईट आयसनहावर आणि रोनाल्ड रिगन यांचा समावेश आहे.

या काळ्या चबुतऱ्यावर एक कायम स्वरूपी ज्योत प्रज्वलित करण्यात आली आहे. त्यावर गांधीजींचे अखेरचे शब्द 'हे राम' कोरले आहेत. या समाधीचे दर्शन घेण्यासाठी प्रत्येक वर्ग, जाती, धर्म आणि राष्ट्राचे लोक येतात. गांधीजीबद्दल सर्व विश्वात असलेला आदर आणि प्रेम याचे ते प्रतिक आहे.

■■